year

_____

this book belongs to

_____

from

_____

instructions

1. open the i like book

2. place pen in hand

3. write something you like about your partner today

4. smile ~ you just made someone feel special because you noticed something unique about them

5. repeat process the next day, and keep looking for those likes

enjoy your relationship two likes at a time

a like book for couples? yes, we know what you're thinking; my partner already knows what i like about them. but do they really know? do you know what your partner likes about you? the i like book brings fun & depth into any relationship. when you focus on the simple likes about your partner, you might begin to really like your relationship more than you ever thought possible.

love = like + like

when we were first married, we started leaving i like notes for one another. eventually, there were so many, it was difficult to keep track of them. it was amazing how fun and rewarding it was when we expressed something we liked about each other. we bought a notebook and began this routine daily. starting a new book each year in a regular notebook became challenging and frustrating. we felt compelled to create the i like book so that we could share the magic of the i like experience with others. we look forward to hearing your story!

"to love someone is to see the miracle invisible to others"

— francois mauriac (1885-1970)

for couples

like
book™

happy you happy me

created by
meredith & lance j. looney

design & layout by
jani duncan smith, it girl design, llc

our guarantee:

we believe so strongly in the message of the i like book that we are making this quality guarantee to you. if for any reason you are not satisfied with the i like book for couples we will refund the price you paid.

contact:
p.o. box 4091 parker, co. 80134

special discounts:

for information on wholesale pricing please contact us at 888.737.like (5453) or visit our website www.theilikebook.com

3rd edition. ©2012 lucky looney, llc. all rights reserved.
made in the u.s.a. i like books are eco-friendly, made with 30% post-consumer recycled fiber, soy based ink and acid free paper.

 **this book** is dedicated to

couples everywhere, may you enjoy your
relationship two **likes** at a time!

to meredith
i like that i have the **opportunity and privilege of being
the one** you share your life with. —lance

to lance
i like that you are committed to looking for the things in my life
that **make me feel special and unique.** —meredith

"putting pen to paper lights more fires than matches ever will" —malcolm forbes

place your photo here

OUR LIFE

day:

month

1

i like ... _____
_____ from: _____
i like ... _____
_____ from: _____

2

i like ... _____
_____ from: _____
i like ... _____
_____ from: _____

3

i like ... _____
_____ from: _____
i like ... _____
_____ from: _____

4

i like ... _____
_____ from: _____
i like ... _____
_____ from: _____

5

i like ... _____
_____ from: _____
i like ... _____
_____ from: _____

6

i like ... _____
_____ from: _____
i like ... _____
_____ from: _____

7

i like ... _____
_____ from: _____
i like ... _____
_____ from: _____

my thoughts are free
to go anywhere;
but it seems they
always lead to you.

-annonymous

day:

month

8

i like ... _____
_____ from: _____
i like ... _____
_____ from: _____

9

i like ... _____
_____ from: _____
i like ... _____
_____ from: _____

10

i like ... _____
_____ from: _____
i like ... _____
_____ from: _____

11

i like ... _____
_____ from: _____
i like ... _____
_____ from: _____

12

i like ... _____
_____ from: _____
i like ... _____
_____ from: _____

13

i like ... _____
_____ from: _____
i like ... _____
_____ from: _____

14

i like ... _____
_____ from: _____
i like ... _____
_____ from: _____

"a hug is
a great gift
one size fits all
and its easy
to exchange"

—unkown

day:

_____ month

15
i like ... _____
_____ from: _____
i like ... _____
_____ from: _____

16
i like ... _____
_____ from: _____
i like ... _____
_____ from: _____

17
i like ... _____
_____ from: _____
i like ... _____
_____ from: _____

18
i like ... _____
_____ from: _____
i like ... _____
_____ from: _____

19
i like ... _____
_____ from: _____
i like ... _____
_____ from: _____

20
i like ... _____
_____ from: _____
i like ... _____
_____ from: _____

21
i like ... _____
_____ from: _____
i like ... _____
_____ from: _____

DURING A KISS,
THE HEART CAN
SOMETIMES BEAT
TWICE AS FAST
AS NORMAL.

KEEP KISSING.

day: _____ month

22
i like ... _____
_____ from: _____
i like ... _____
_____ from: _____

23
i like ... _____
_____ from: _____
i like ... _____
_____ from: _____

24
i like ... _____
_____ from: _____
i like ... _____
_____ from: _____

25
i like ... _____
_____ from: _____
i like ... _____
_____ from: _____

26
i like ... _____
_____ from: _____
i like ... _____
_____ from: _____

27
i like ... _____
_____ from: _____
i like ... _____
_____ from: _____

28
i like ... _____
_____ from: _____
i like ... _____
_____ from: _____

day:

29
i like ... _____
_____ from: _____
i like ... _____
_____ from: _____

30
i like ... _____
_____ from: _____
i like ... _____
_____ from: _____

31
i like ... _____
_____ from: _____
i like ... _____
_____ from: _____

month

today

i

choose

us

day:

1

i like ... _____
_____ from: _____
i like ... _____
_____ from: _____

2

i like ... _____
_____ from: _____
i like ... _____
_____ from: _____

3

i like ... _____
_____ from: _____
i like ... _____
_____ from: _____

4

i like ... _____
_____ from: _____
i like ... _____
_____ from: _____

5

i like ... _____
_____ from: _____
i like ... _____
_____ from: _____

6

i like ... _____
_____ from: _____
i like ... _____
_____ from: _____

7

i like ... _____
_____ from: _____
i like ... _____
_____ from: _____

month

day:

8
i like ... _____
_____ from: _____
i like ... _____
_____ from: _____

9
i like ... _____
_____ from: _____
i like ... _____
_____ from: _____

10
i like ... _____
_____ from: _____
i like ... _____
_____ from: _____

11
i like ... _____
_____ from: _____
i like ... _____
_____ from: _____

12
i like ... _____
_____ from: _____
i like ... _____
_____ from: _____

13
i like ... _____
_____ from: _____
i like ... _____
_____ from: _____

14
i like ... _____
_____ from: _____
i like ... _____
_____ from: _____

you make
me smile
:)

day:

_____ month

15
i like ... _____
_____ from: _____
i like ... _____
_____ from: _____

16
i like ... _____
_____ from: _____
i like ... _____
_____ from: _____

17
i like ... _____
_____ from: _____
i like ... _____
_____ from: _____

18
i like ... _____
_____ from: _____
i like ... _____
_____ from: _____

19
i like ... _____
_____ from: _____
i like ... _____
_____ from: _____

20
i like ... _____
_____ from: _____
i like ... _____
_____ from: _____

21
i like ... _____
_____ from: _____
i like ... _____
_____ from: _____

KISS & TELL

leave
your
lip print
here

our most memorable kiss was...

_____

{where}

_____

{when}

day:

_____
month

22
i like ... _____
_____ from: _____
i like ... _____
_____ from: _____

23
i like ... _____
_____ from: _____
i like ... _____
_____ from: _____

24
i like ... _____
_____ from: _____
i like ... _____
_____ from: _____

25
i like ... _____
_____ from: _____
i like ... _____
_____ from: _____

26
i like ... _____
_____ from: _____
i like ... _____
_____ from: _____

27
i like ... _____
_____ from: _____
i like ... _____
_____ from: _____

28
i like ... _____
_____ from: _____
i like ... _____
_____ from: _____

"The roles we play in each other's lives are only as powerful as the trust between us."

—Oprah

day:

month

29

i like ... _____
_____ from: _____
i like ... _____
_____ from: _____

30

i like ... _____
_____ from: _____
i like ... _____
_____ from: _____

31

i like ... _____
_____ from: _____
i like ... _____
_____ from: _____

wouldn't it be
the perfect crime
if i stole your heart
and you stole mine?

day:

1

i like ... _____
_____ from: _____
i like ... _____
_____ from: _____

2

i like ... _____
_____ from: _____
i like ... _____
_____ from: _____

3

i like ... _____
_____ from: _____
i like ... _____
_____ from: _____

4

i like ... _____
_____ from: _____
i like ... _____
_____ from: _____

5

i like ... _____
_____ from: _____
i like ... _____
_____ from: _____

6

i like ... _____
_____ from: _____
i like ... _____
_____ from: _____

7

i like ... _____
_____ from: _____
i like ... _____
_____ from: _____

"we love because its the only true adventure" —nikki giovanni

place your photo here

day:

month

8

i like ... _____
_____ from: _____
i like ... _____
_____ from: _____

9

i like ... _____
_____ from: _____
i like ... _____
_____ from: _____

10

i like ... _____
_____ from: _____
i like ... _____
_____ from: _____

11

i like ... _____
_____ from: _____
i like ... _____
_____ from: _____

12

i like ... _____
_____ from: _____
i like ... _____
_____ from: _____

13

i like ... _____
_____ from: _____
i like ... _____
_____ from: _____

14

i like ... _____
_____ from: _____
i like ... _____
_____ from: _____

i don't want to be
your whole life…
just your favorite part.

— unknown

day: _____
month

15
i like ... _____
_____ from: _____
i like ... _____
_____ from: _____

16
i like ... _____
_____ from: _____
i like ... _____
_____ from: _____

17
i like ... _____
_____ from: _____
i like ... _____
_____ from: _____

18
i like ... _____
_____ from: _____
i like ... _____
_____ from: _____

19
i like ... _____
_____ from: _____
i like ... _____
_____ from: _____

20
i like ... _____
_____ from: _____
i like ... _____
_____ from: _____

21
i like ... _____
_____ from: _____
i like ... _____
_____ from: _____

I LOVE YOU MUCH
[BEAUTIFUL DARLING]
MORE THAN ANYONE
ON THE EARTH AND
I LIKE YOU BETTER
THAN EVERYTHING
IN THE SKY

—ee cummings

day: _____
month

22 i like ... _____
_____ from: _____
i like ... _____
_____ from: _____

23 i like ... _____
_____ from: _____
i like ... _____
_____ from: _____

24 i like ... _____
_____ from: _____
i like ... _____
_____ from: _____

25 i like ... _____
_____ from: _____
i like ... _____
_____ from: _____

26 i like ... _____
_____ from: _____
i like ... _____
_____ from: _____

27 i like ... _____
_____ from: _____
i like ... _____
_____ from: _____

28 i like ... _____
_____ from: _____
i like ... _____
_____ from: _____

random facts

your left lung is smaller than your right lung to make room for your heart

for every gallon of sea water, you get more than a quarter pound of salt

the screwdriver was invented before the screw

during his lifetime, herman melville's "moby dick" only sold 50 copies

race car is a palindrome

crickets hear through their knees

elvis presley got a c in his eighth grade music class

the atlantic ocean is saltier than the pacific

contrary to popular belief, lightening travels from the ground upwards not from the sky downwards

the warmest temperature ever recorded on antartica was 3 degrees f

the state where the highest population of people walk to work is alaska

an ostrich's eye is bigger than its brain

only about 5% of people dream in color

the average speed of a golf ball in flight during the pga tour is 160 mph

day:

month

29

i like ... _____
_____ from: _____
i like ... _____
_____ from: _____

30

i like ... _____
_____ from: _____
i like ... _____
_____ from: _____

31

i like ... _____
_____ from: _____
i like ... _____
_____ from: _____

ticket stubs go here ...

day:

1

i like ... _____
_____ from: _____
i like ... _____
_____ from: _____

2

i like ... _____
_____ from: _____
i like ... _____
_____ from: _____

3

i like ... _____
_____ from: _____
i like ... _____
_____ from: _____

4

i like ... _____
_____ from: _____
i like ... _____
_____ from: _____

5

i like ... _____
_____ from: _____
i like ... _____
_____ from: _____

6

i like ... _____
_____ from: _____
i like ... _____
_____ from: _____

7

i like ... _____
_____ from: _____
i like ... _____
_____ from: _____

love

and the day ended peacefully
because they were
together

day:

month

8
i like ... _____
_____ from: _____
i like ... _____
_____ from: _____

9
i like ... _____
_____ from: _____
i like ... _____
_____ from: _____

10
i like ... _____
_____ from: _____
i like ... _____
_____ from: _____

11
i like ... _____
_____ from: _____
i like ... _____
_____ from: _____

12
i like ... _____
_____ from: _____
i like ... _____
_____ from: _____

13
i like ... _____
_____ from: _____
i like ... _____
_____ from: _____

14
i like ... _____
_____ from: _____
i like ... _____
_____ from: _____

tic tac toe

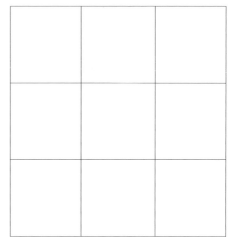

day: _____ month

15
i like ... _____
_____ from: _____
i like ... _____
_____ from: _____

16
i like ... _____
_____ from: _____
i like ... _____
_____ from: _____

17
i like ... _____
_____ from: _____
i like ... _____
_____ from: _____

18
i like ... _____
_____ from: _____
i like ... _____
_____ from: _____

19
i like ... _____
_____ from: _____
i like ... _____
_____ from: _____

20
i like ... _____
_____ from: _____
i like ... _____
_____ from: _____

21
i like ... _____
_____ from: _____
i like ... _____
_____ from: _____

i want to
be your
favorite
hello and
hardest
goodbye

day:

_____
month

22
i like ... _____
_____ from: _____
i like ... _____
_____ from: _____

23
i like ... _____
_____ from: _____
i like ... _____
_____ from: _____

24
i like ... _____
_____ from: _____
i like ... _____
_____ from: _____

25
i like ... _____
_____ from: _____
i like ... _____
_____ from: _____

26
i like ... _____
_____ from: _____
i like ... _____
_____ from: _____

27
i like ... _____
_____ from: _____
i like ... _____
_____ from: _____

28
i like ... _____
_____ from: _____
i like ... _____
_____ from: _____

fun date ideas & activities

1. pick out a tree, plant it, name it and watch it grow
2. take a **horse-drawn carriage ride** thru the city
3. take a **romantic walk** at midnight and watch for shooting stars
4. go on a **dinner date** — only use non-verbal communication
5. a date to have **ice-cream**
6. enjoy a **couples massage**
7. try **indoor climbing**
8. visit a town or city **you've never been** to
9. **volunteer together** at a charity event
10. a date to **roast marshmallows** over a campfire
11. go to the beach and **build a sand castle**
12. write a **poem to each other**— it doesn't need to rhyme
13. enjoy a **secluded beach** and swim and/or enjoy the sun
14. front room, or patio deck **picnic**
15. take a **winery tour**, or vineyard/winery tour on horseback if possible
16. take silly pictures in **a photo booth**
17. go **camping** together
18. take a **scenic drive** in a rented convertible
19. go to a park and hold hands while you swing
20. go **ice skating**
21. **see a play** at your local theater
22. go to a **baseball game**, football game or basketball game.
23. book an experience activity such as **driving a real race car**
24. read a **book aloud to each other**
25. do a **random act of kindness** together

day:

month

29

i like ... ——————————————————
—————————————————— from: ————
i like ... ——————————————————
—————————————————— from: ————

30

i like ... ——————————————————
—————————————————— from: ————
i like ... ——————————————————
—————————————————— from: ————

31

i like ... ——————————————————
—————————————————— from: ————
i like ... ——————————————————
—————————————————— from: ————

day:

month

1

i like ... _____

_____ from: _____

i like ... _____

_____ from: _____

2

i like ... _____

_____ from: _____

i like ... _____

_____ from: _____

3

i like ... _____

_____ from: _____

i like ... _____

_____ from: _____

4

i like ... _____

_____ from: _____

i like ... _____

_____ from: _____

5

i like ... _____

_____ from: _____

i like ... _____

_____ from: _____

6

i like ... _____

_____ from: _____

i like ... _____

_____ from: _____

7

i like ... _____

_____ from: _____

i like ... _____

_____ from: _____

"YOU CANNOT be LONELY if YOU LiKE The PERSON YOUR aRE aLONE with."

— DR. WAYNE DYER

day:

month

8
i like ... _____
_____ from: _____
i like ... _____
_____ from: _____

9
i like ... _____
_____ from: _____
i like ... _____
_____ from: _____

10
i like ... _____
_____ from: _____
i like ... _____
_____ from: _____

11
i like ... _____
_____ from: _____
i like ... _____
_____ from: _____

12
i like ... _____
_____ from: _____
i like ... _____
_____ from: _____

13
i like ... _____
_____ from: _____
i like ... _____
_____ from: _____

14
i like ... _____
_____ from: _____
i like ... _____
_____ from: _____

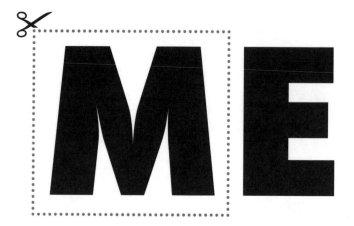

How to build a lasting relationship:
1. cut on dotted line.
2. rotate 180 degrees.

day: _____ month

15
i like ... _____
_____ from: _____
i like ... _____
_____ from: _____

16
i like ... _____
_____ from: _____
i like ... _____
_____ from: _____

17
i like ... _____
_____ from: _____
i like ... _____
_____ from: _____

18
i like ... _____
_____ from: _____
i like ... _____
_____ from: _____

19
i like ... _____
_____ from: _____
i like ... _____
_____ from: _____

20
i like ... _____
_____ from: _____
i like ... _____
_____ from: _____

21
i like ... _____
_____ from: _____
i like ... _____
_____ from: _____

I TURNED OUT LIKING YOU A LOT MORE THAN I ORIGINALLY PLANNED

day: _____
month

22
i like ... _____
_____ from: _____
i like ... _____
_____ from: _____

23
i like ... _____
_____ from: _____
i like ... _____
_____ from: _____

24
i like ... _____
_____ from: _____
i like ... _____
_____ from: _____

25
i like ... _____
_____ from: _____
i like ... _____
_____ from: _____

26
i like ... _____
_____ from: _____
i like ... _____
_____ from: _____

27
i like ... _____
_____ from: _____
i like ... _____
_____ from: _____

28
i like ... _____
_____ from: _____
i like ... _____
_____ from: _____

Apologizing

does not always mean that
you're wrong and the other person is right

it just means that you
value your relationship more than your ego

day: _____
month

29

i like ... _____
_____ from: _____
i like ... _____
_____ from: _____

30

i like ... _____
_____ from: _____
i like ... _____
_____ from: _____

31

i like ... _____
_____ from: _____
i like ... _____
_____ from: _____

MOUNTAINS

SAFARI

CRUISE

BEACH

WHERE TO NEXT?

month

day:

1
i like ... _____
_____ from: _____
i like ... _____
_____ from: _____

2
i like ... _____
_____ from: _____
i like ... _____
_____ from: _____

3
i like ... _____
_____ from: _____
i like ... _____
_____ from: _____

4
i like ... _____
_____ from: _____
i like ... _____
_____ from: _____

5
i like ... _____
_____ from: _____
i like ... _____
_____ from: _____

6
i like ... _____
_____ from: _____
i like ... _____
_____ from: _____

7
i like ... _____
_____ from: _____
i like ... _____
_____ from: _____

"we begin to love not by finding a perfect person, but by learning to see an imperfect person perfectly" —sam keen

place your photo here

day:

month

8
i like ... _____
_____ from: _____
i like ... _____
_____ from: _____

9
i like ... _____
_____ from: _____
i like ... _____
_____ from: _____

10
i like ... _____
_____ from: _____
i like ... _____
_____ from: _____

11
i like ... _____
_____ from: _____
i like ... _____
_____ from: _____

12
i like ... _____
_____ from: _____
i like ... _____
_____ from: _____

13
i like ... _____
_____ from: _____
i like ... _____
_____ from: _____

14
i like ... _____
_____ from: _____
i like ... _____
_____ from: _____

who's minnie without mickey?

who's tigger without pooh?

who's me without you?

day:

_____

month

15

i like ... _____
_____ from: _____
i like ... _____
_____ from: _____

16

i like ... _____
_____ from: _____
i like ... _____
_____ from: _____

17

i like ... _____
_____ from: _____
i like ... _____
_____ from: _____

18

i like ... _____
_____ from: _____
i like ... _____
_____ from: _____

19

i like ... _____
_____ from: _____
i like ... _____
_____ from: _____

20

i like ... _____
_____ from: _____
i like ... _____
_____ from: _____

21

i like ... _____
_____ from: _____
i like ... _____
_____ from: _____

LOVE THAT IS TRUE NEVER GROWS OLD

day: _____
month

22
i like ... _____
_____ from: _____
i like ... _____
_____ from: _____

23
i like ... _____
_____ from: _____
i like ... _____
_____ from: _____

24
i like ... _____
_____ from: _____
i like ... _____
_____ from: _____

25
i like ... _____
_____ from: _____
i like ... _____
_____ from: _____

26
i like ... _____
_____ from: _____
i like ... _____
_____ from: _____

27
i like ... _____
_____ from: _____
i like ... _____
_____ from: _____

28
i like ... _____
_____ from: _____
i like ... _____
_____ from: _____

"TO FIND LOVE
SHOW LOVE
LIKE ATTRACT
LIKE "

—UNKNOWN

day:

29 i like ... _____
_____ from: _____
i like ... _____
_____ from: _____

30 i like ... _____
_____ from: _____
i like ... _____
_____ from: _____

31 i like ... _____
_____ from: _____
i like ... _____
_____ from: _____

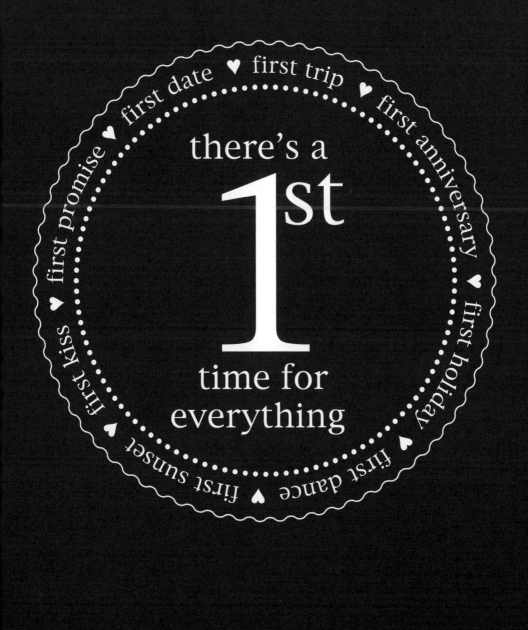

day:

month

1

i like ... _____
_____ from: _____
i like ... _____
_____ from: _____

2

i like ... _____
_____ from: _____
i like ... _____
_____ from: _____

3

i like ... _____
_____ from: _____
i like ... _____
_____ from: _____

4

i like ... _____
_____ from: _____
i like ... _____
_____ from: _____

5

i like ... _____
_____ from: _____
i like ... _____
_____ from: _____

6

i like ... _____
_____ from: _____
i like ... _____
_____ from: _____

7

i like ... _____
_____ from: _____
i like ... _____
_____ from: _____

from this day forward,
you shall not walk alone,
my heart will be your shelter,
and my arms will be your home.

—author unknown

day:

month

8

i like ... _____
_____ from: _____

i like ... _____
_____ from: _____

9

i like ... _____
_____ from: _____

i like ... _____
_____ from: _____

10

i like ... _____
_____ from: _____

i like ... _____
_____ from: _____

11

i like ... _____
_____ from: _____

i like ... _____
_____ from: _____

12

i like ... _____
_____ from: _____

i like ... _____
_____ from: _____

13

i like ... _____
_____ from: _____

i like ... _____
_____ from: _____

14

i like ... _____
_____ from: _____

i like ... _____
_____ from: _____

too often we underestimate the power of a touch, a smile,
a kind word, an honest compliment, or the smallest act of
caring. all of which has the potential to turn a life around.

— leo buscaglia

day:

_____ _____
month

15

i like ... _____
_____ from: _____
i like ... _____
_____ from: _____

16

i like ... _____
_____ from: _____
i like ... _____
_____ from: _____

17

i like ... _____
_____ from: _____
i like ... _____
_____ from: _____

18

i like ... _____
_____ from: _____
i like ... _____
_____ from: _____

19

i like ... _____
_____ from: _____
i like ... _____
_____ from: _____

20

i like ... _____
_____ from: _____
i like ... _____
_____ from: _____

21

i like ... _____
_____ from: _____
i like ... _____
_____ from: _____

"So it's not gonna be easy.
It's gonna be really
hard. We're gonna have
to work at this every
day, but I want to do
that because I want you.
I want all of you, for
ever, you and me,
every day..."

The Notebook by Nicholas Sparks

day: _____
month

22
i like ... _____
_____ from: _____
i like ... _____
_____ from: _____

23
i like ... _____
_____ from: _____
i like ... _____
_____ from: _____

24
i like ... _____
_____ from: _____
i like ... _____
_____ from: _____

25
i like ... _____
_____ from: _____
i like ... _____
_____ from: _____

26
i like ... _____
_____ from: _____
i like ... _____
_____ from: _____

27
i like ... _____
_____ from: _____
i like ... _____
_____ from: _____

28
i like ... _____
_____ from: _____
i like ... _____
_____ from: _____

day:

month

29

i like ... _____
_____ from: _____
i like ... _____
_____ from: _____

30

i like ... _____
_____ from: _____
i like ... _____
_____ from: _____

31

i like ... _____
_____ from: _____
i like ... _____
_____ from: _____

LOVE LOOKS NOT WITH THE EYES BUT WITH THE MIND

William Shakespeare

day:

_____
month

1

i like ... _____
_____ from: _____
i like ... _____
_____ from: _____

2

i like ... _____
_____ from: _____
i like ... _____
_____ from: _____

3

i like ... _____
_____ from: _____
i like ... _____
_____ from: _____

4

i like ... _____
_____ from: _____
i like ... _____
_____ from: _____

5

i like ... _____
_____ from: _____
i like ... _____
_____ from: _____

6

i like ... _____
_____ from: _____
i like ... _____
_____ from: _____

7

i like ... _____
_____ from: _____
i like ... _____
_____ from: _____

one

+

one

=

US

day:

month

8

i like ... _____
_____ from: _____
i like ... _____
_____ from: _____

9

i like ... _____
_____ from: _____
i like ... _____
_____ from: _____

10

i like ... _____
_____ from: _____
i like ... _____
_____ from: _____

11

i like ... _____
_____ from: _____
i like ... _____
_____ from: _____

12

i like ... _____
_____ from: _____
i like ... _____
_____ from: _____

13

i like ... _____
_____ from: _____
i like ... _____
_____ from: _____

14

i like ... _____
_____ from: _____
i like ... _____
_____ from: _____

"at the touch of love
everyone becomes
a poet"

~plato

day:

month

15
i like ... _____
_____ from: _____
i like ... _____
_____ from: _____

16
i like ... _____
_____ from: _____
i like ... _____
_____ from: _____

17
i like ... _____
_____ from: _____
i like ... _____
_____ from: _____

18
i like ... _____
_____ from: _____
i like ... _____
_____ from: _____

19
i like ... _____
_____ from: _____
i like ... _____
_____ from: _____

20
i like ... _____
_____ from: _____
i like ... _____
_____ from: _____

21
i like ... _____
_____ from: _____
i like ... _____
_____ from: _____

love ,
doesn't
need to
be perfect
it just
needs to
be true.

day:

_____
month

22
i like ... _____
_____ from: _____
i like ... _____
_____ from: _____

23
i like ... _____
_____ from: _____
i like ... _____
_____ from: _____

24
i like ... _____
_____ from: _____
i like ... _____
_____ from: _____

25
i like ... _____
_____ from: _____
i like ... _____
_____ from: _____

26
i like ... _____
_____ from: _____
i like ... _____
_____ from: _____

27
i like ... _____
_____ from: _____
i like ... _____
_____ from: _____

28
i like ... _____
_____ from: _____
i like ... _____
_____ from: _____

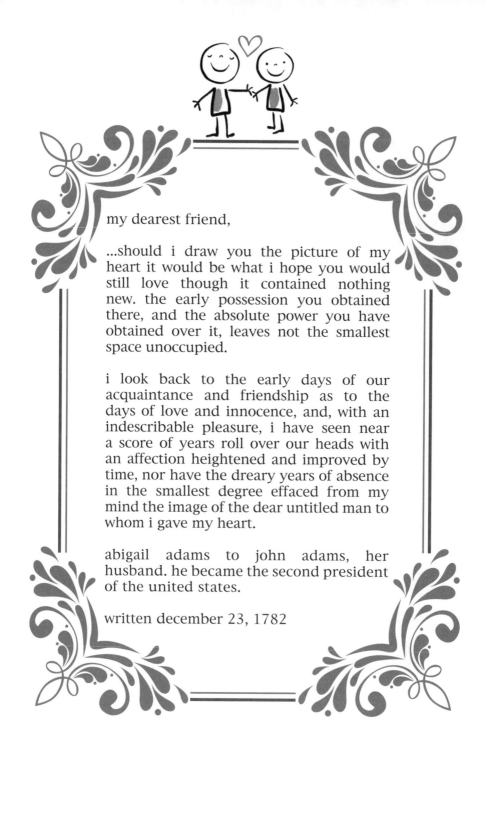

my dearest friend,

...should i draw you the picture of my heart it would be what i hope you would still love though it contained nothing new. the early possession you obtained there, and the absolute power you have obtained over it, leaves not the smallest space unoccupied.

i look back to the early days of our acquaintance and friendship as to the days of love and innocence, and, with an indescribable pleasure, i have seen near a score of years roll over our heads with an affection heightened and improved by time, nor have the dreary years of absence in the smallest degree effaced from my mind the image of the dear untitled man to whom i gave my heart.

abigail adams to john adams, her husband. he became the second president of the united states.

written december 23, 1782

day:

month

29

i like ... _____
_____ from: _____
i like ... _____
_____ from: _____

30

i like ... _____
_____ from: _____
i like ... _____
_____ from: _____

31

i like ... _____
_____ from: _____
i like ... _____
_____ from: _____

day:

month

1

i like ... _____
_____ from: _____
i like ... _____
_____ from: _____

2

i like ... _____
_____ from: _____
i like ... _____
_____ from: _____

3

i like ... _____
_____ from: _____
i like ... _____
_____ from: _____

4

i like ... _____
_____ from: _____
i like ... _____
_____ from: _____

5

i like ... _____
_____ from: _____
i like ... _____
_____ from: _____

6

i like ... _____
_____ from: _____
i like ... _____
_____ from: _____

7

i like ... _____
_____ from: _____
i like ... _____
_____ from: _____

what do we live for, if it is not to make
life less difficult for each other?

~ george eliot

day:

month

8

i like ... _____
_____ from: _____

i like ... _____
_____ from: _____

9

i like ... _____
_____ from: _____

i like ... _____
_____ from: _____

10

i like ... _____
_____ from: _____

i like ... _____
_____ from: _____

11

i like ... _____
_____ from: _____

i like ... _____
_____ from: _____

12

i like ... _____
_____ from: _____

i like ... _____
_____ from: _____

13

i like ... _____
_____ from: _____

i like ... _____
_____ from: _____

14

i like ... _____
_____ from: _____

i like ... _____
_____ from: _____

be happy

be true   be silly

be real

be loved

be

be nice   be free

be gentle

be wild   be kind

be you

day: _____ month

15
i like ... _____
_____ from: _____
i like ... _____
_____ from: _____

16
i like ... _____
_____ from: _____
i like ... _____
_____ from: _____

17
i like ... _____
_____ from: _____
i like ... _____
_____ from: _____

18
i like ... _____
_____ from: _____
i like ... _____
_____ from: _____

19
i like ... _____
_____ from: _____
i like ... _____
_____ from: _____

20
i like ... _____
_____ from: _____
i like ... _____
_____ from: _____

21
i like ... _____
_____ from: _____
i like ... _____
_____ from: _____

I HAVE BEEN
LOOKING
FOR YOU
EVER SINCE
I HEARD
MY FIRST
fairytale

day:

_____
month

22
i like ... _____
_____ from: _____
i like ... _____
_____ from: _____

23
i like ... _____
_____ from: _____
i like ... _____
_____ from: _____

24
i like ... _____
_____ from: _____
i like ... _____
_____ from: _____

25
i like ... _____
_____ from: _____
i like ... _____
_____ from: _____

26
i like ... _____
_____ from: _____
i like ... _____
_____ from: _____

27
i like ... _____
_____ from: _____
i like ... _____
_____ from: _____

28
i like ... _____
_____ from: _____
i like ... _____
_____ from: _____

i love you

english – i love you

chinese – wo ài ni

filipino – mahal kita

french – je t'aime, je t'adore

gaelic – ta gra agam ort, taim i' ngra leat

german – ich liebe dich

hawaiian – aloha au Ia`oe

italian – ti amo

latin – te amo

sign language –

spanish – te quiero / te amo

swedish – jag alskar dig

day:

month

29

i like ... _____
_____ from: _____
i like ... _____
_____ from: _____

30

i like ... _____
_____ from: _____
i like ... _____
_____ from: _____

31

i like ... _____
_____ from: _____
i like ... _____
_____ from: _____

place your

photo booth

pics

here

day:

month

1

i like ... _____
_____ from: _____
i like ... _____
_____ from: _____

2

i like ... _____
_____ from: _____
i like ... _____
_____ from: _____

3

i like ... _____
_____ from: _____
i like ... _____
_____ from: _____

4

i like ... _____
_____ from: _____
i like ... _____
_____ from: _____

5

i like ... _____
_____ from: _____
i like ... _____
_____ from: _____

6

i like ... _____
_____ from: _____
i like ... _____
_____ from: _____

7

i like ... _____
_____ from: _____
i like ... _____
_____ from: _____

"to the world
you may be
one person
but to one
person you
may be the
world."

—bill wilson

day:

month

8
i like ... _____
_____ from: _____
i like ... _____
_____ from: _____

9
i like ... _____
_____ from: _____
i like ... _____
_____ from: _____

10
i like ... _____
_____ from: _____
i like ... _____
_____ from: _____

11
i like ... _____
_____ from: _____
i like ... _____
_____ from: _____

12
i like ... _____
_____ from: _____
i like ... _____
_____ from: _____

13
i like ... _____
_____ from: _____
i like ... _____
_____ from: _____

14
i like ... _____
_____ from: _____
i like ... _____
_____ from: _____

"love is a game
that two can play
and both can win"
~eva gabor

day: _____ month

15
i like ... _____
_____ from: _____
i like ... _____
_____ from: _____

16
i like ... _____
_____ from: _____
i like ... _____
_____ from: _____

17
i like ... _____
_____ from: _____
i like ... _____
_____ from: _____

18
i like ... _____
_____ from: _____
i like ... _____
_____ from: _____

19
i like ... _____
_____ from: _____
i like ... _____
_____ from: _____

20
i like ... _____
_____ from: _____
i like ... _____
_____ from: _____

21
i like ... _____
_____ from: _____
i like ... _____
_____ from: _____

Love doesn't make the
world go round
Love is what makes the
ride worthwhile

—Elizabeth Browning

day: _____
month

22
i like ... _____
_____ from: _____
i like ... _____
_____ from: _____

23
i like ... _____
_____ from: _____
i like ... _____
_____ from: _____

24
i like ... _____
_____ from: _____
i like ... _____
_____ from: _____

25
i like ... _____
_____ from: _____
i like ... _____
_____ from: _____

26
i like ... _____
_____ from: _____
i like ... _____
_____ from: _____

27
i like ... _____
_____ from: _____
i like ... _____
_____ from: _____

28
i like ... _____
_____ from: _____
i like ... _____
_____ from: _____

you are the sunshine of my life

you are the sunshine of my life
that's why i'll always stay around
you are the apple of my eye
forever you'll stay in my heart

i feel like this is the beginning
though i've loved you for a million years
and if i thought our love was ending
i'd find myself drowning in my own tears

you are the sunshine of my life
that's why i'll always stay around
you are the apple of my eye
forever you'll stay in my heart

you must have known that i was lonely
because you came to my rescue
and i know that this must be heaven
how could so much love be inside of you

you are the sunshine of my life
that's why i'll always stay around
you are the apple of my eye
forever you'll stay in my heart

you are the sunshine of my life
that's why i'll always stay around
you are the apple of my eye
forever you'll stay in my heart

— stevie wonder

day:

29
i like ... _____
_____ from: _____
i like ... _____
_____ from: _____

30
i like ... _____
_____ from: _____
i like ... _____
_____ from: _____

31
i like ... _____
_____ from: _____
i like ... _____
_____ from: _____

month

day:

month

1

i like ... _____
_____ from: _____
i like ... _____
_____ from: _____

2

i like ... _____
_____ from: _____
i like ... _____
_____ from: _____

3

i like ... _____
_____ from: _____
i like ... _____
_____ from: _____

4

i like ... _____
_____ from: _____
i like ... _____
_____ from: _____

5

i like ... _____
_____ from: _____
i like ... _____
_____ from: _____

6

i like ... _____
_____ from: _____
i like ... _____
_____ from: _____

7

i like ... _____
_____ from: _____
i like ... _____
_____ from: _____

the cracked pot

a water bearer in India had two large pots, each hung on the ends of a pole that he carried across his neck. one of the pots had a crack in it, while the other pot was perfect and always delivered a full portion of water.

at the end of the long walk from the stream to the house, the cracked pot arrived only half full. for a full two years this went on daily, with the bearer delivering only one and a half pots full of water to his house.

of course, the perfect pot was proud of its accomplishments, perfect for which it was made. but the poor cracked pot was ashamed of its own imperfection and miserable that it was able to accomplish only half of what it had been made to do.

after two years of what it perceived to be a bitter failure, it spoke to the water bearer one day by the stream. "i am ashamed of myself, and i want to apologize to you. i have been able to deliver only half my load because this crack in my side causes water to leak out all the way back to your house. because of my flaws, you have to do all of this work, and you don't get full value from your efforts," the pot said.

the bearer said to the pot, "did you notice that there were flowers on your side of the path but not on the other pot's side? that's because i have always known about your flaw, and i planted flower seeds on your side of the path. every day while we walk back, you've watered them. for two years, i have been able to pick these beautiful flowers to decorate the table. without you being just the way you are, there would not be this beauty to grace the house."

—author unknown

day:

8

i like ... _____

_____ from: _____

i like ... _____

_____ from: _____

9

i like ... _____

_____ from: _____

i like ... _____

_____ from: _____

10

i like ... _____

_____ from: _____

i like ... _____

_____ from: _____

11

i like ... _____

_____ from: _____

i like ... _____

_____ from: _____

12

i like ... _____

_____ from: _____

i like ... _____

_____ from: _____

13

i like ... _____

_____ from: _____

i like ... _____

_____ from: _____

14

i like ... _____

_____ from: _____

i like ... _____

_____ from: _____

month

l live

i in

k kindness

e everyday

day: _____ month

15
i like ... _____
_____ from: _____
i like ... _____
_____ from: _____

16
i like ... _____
_____ from: _____
i like ... _____
_____ from: _____

17
i like ... _____
_____ from: _____
i like ... _____
_____ from: _____

18
i like ... _____
_____ from: _____
i like ... _____
_____ from: _____

19
i like ... _____
_____ from: _____
i like ... _____
_____ from: _____

20
i like ... _____
_____ from: _____
i like ... _____
_____ from: _____

21
i like ... _____
_____ from: _____
i like ... _____
_____ from: _____

EVERY
love story is
BEAUTIFUL
but OURS
is my
FAVORITE

day:

_____
month

22
i like ... _____
_____ from: _____
i like ... _____
_____ from: _____

23
i like ... _____
_____ from: _____
i like ... _____
_____ from: _____

24
i like ... _____
_____ from: _____
i like ... _____
_____ from: _____

25
i like ... _____
_____ from: _____
i like ... _____
_____ from: _____

26
i like ... _____
_____ from: _____
i like ... _____
_____ from: _____

27
i like ... _____
_____ from: _____
i like ... _____
_____ from: _____

28
i like ... _____
_____ from: _____
i like ... _____
_____ from: _____

place your photo here

an ☺

ADVENTURE

in every
like

day:

month

29

i like ... _____
_____ from: _____

i like ... _____
_____ from: _____

30

i like ... _____
_____ from: _____

i like ... _____
_____ from: _____

31

i like ... _____
_____ from: _____

i like ... _____
_____ from: _____

you are the reason i love losing sleep ♥

day:

month

1

i like ... _____
_____ from: _____
i like ... _____
_____ from: _____

2

i like ... _____
_____ from: _____
i like ... _____
_____ from: _____

3

i like ... _____
_____ from: _____
i like ... _____
_____ from: _____

4

i like ... _____
_____ from: _____
i like ... _____
_____ from: _____

5

i like ... _____
_____ from: _____
i like ... _____
_____ from: _____

6

i like ... _____
_____ from: _____
i like ... _____
_____ from: _____

7

i like ... _____
_____ from: _____
i like ... _____
_____ from: _____

day:

month

8

i like ... _____
_____ from: _____
i like ... _____
_____ from: _____

9

i like ... _____
_____ from: _____
i like ... _____
_____ from: _____

10

i like ... _____
_____ from: _____
i like ... _____
_____ from: _____

11

i like ... _____
_____ from: _____
i like ... _____
_____ from: _____

12

i like ... _____
_____ from: _____
i like ... _____
_____ from: _____

13

i like ... _____
_____ from: _____
i like ... _____
_____ from: _____

14

i like ... _____
_____ from: _____
i like ... _____
_____ from: _____

i like you
because
you join
in on my
weirdness

day: _____ month

15
i like ... _____
_____ from: _____
i like ... _____
_____ from: _____

16
i like ... _____
_____ from: _____
i like ... _____
_____ from: _____

17
i like ... _____
_____ from: _____
i like ... _____
_____ from: _____

18
i like ... _____
_____ from: _____
i like ... _____
_____ from: _____

19
i like ... _____
_____ from: _____
i like ... _____
_____ from: _____

20
i like ... _____
_____ from: _____
i like ... _____
_____ from: _____

21
i like ... _____
_____ from: _____
i like ... _____
_____ from: _____

I
LOVE
YOU NOT
ONLY FOR
WHAT YOU
ARE BUT
FOR WHAT
I AM WHEN
I AM WITH
YOU —ROY CROFT

day:

_____
month

22
i like ... _____
_____ from: _____
i like ... _____
_____ from: _____

23
i like ... _____
_____ from: _____
i like ... _____
_____ from: _____

24
i like ... _____
_____ from: _____
i like ... _____
_____ from: _____

25
i like ... _____
_____ from: _____
i like ... _____
_____ from: _____

26
i like ... _____
_____ from: _____
i like ... _____
_____ from: _____

27
i like ... _____
_____ from: _____
i like ... _____
_____ from: _____

28
i like ... _____
_____ from: _____
i like ... _____
_____ from: _____

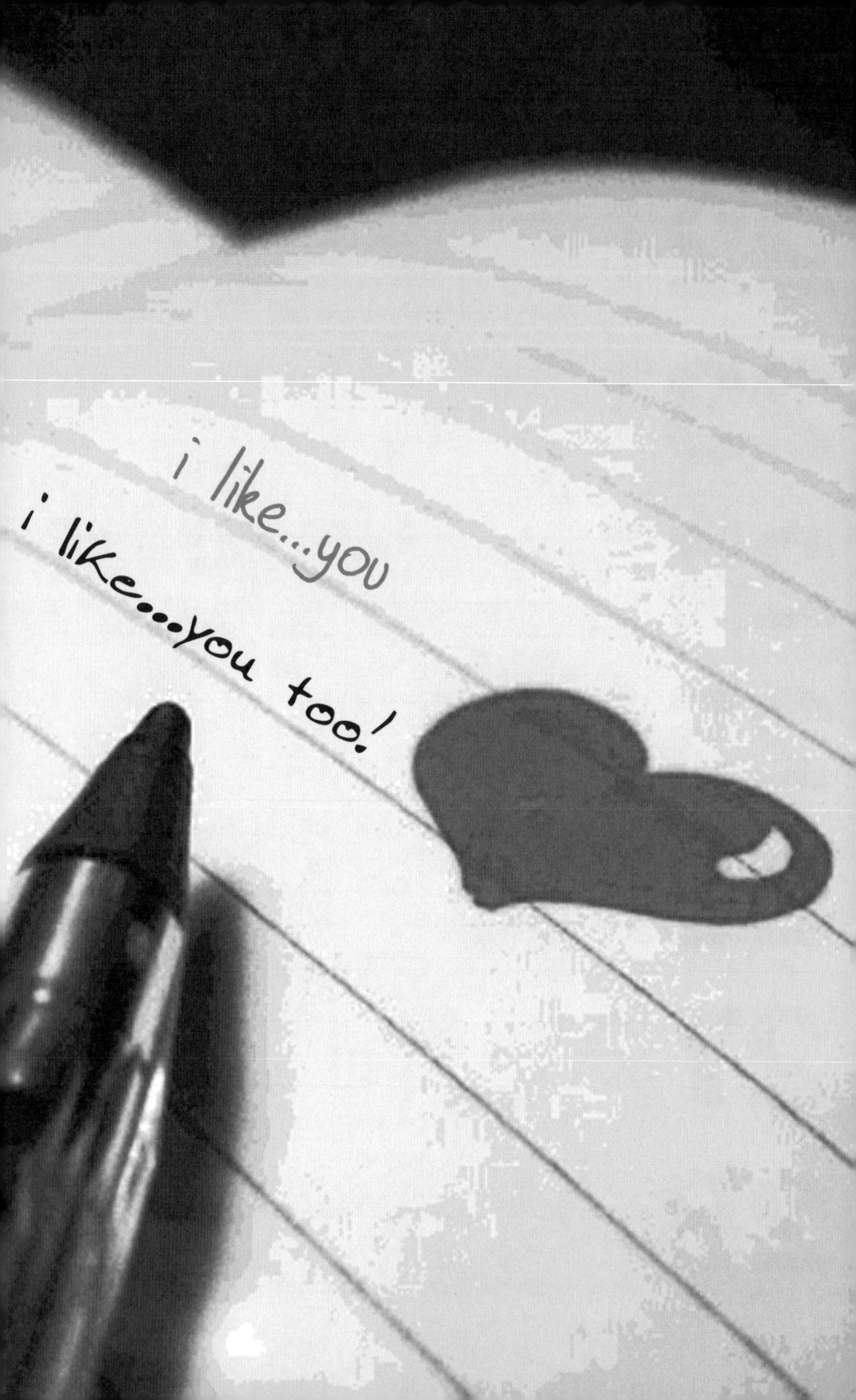
i like...you
i like...you too!

day:

month

29

i like ... _____
_____ from: _____
i like ... _____
_____ from: _____

30

i like ... _____
_____ from: _____
i like ... _____
_____ from: _____

31

i like ... _____
_____ from: _____
i like ... _____
_____ from: _____

notes & thoughts

notes & thoughts

notes & thoughts

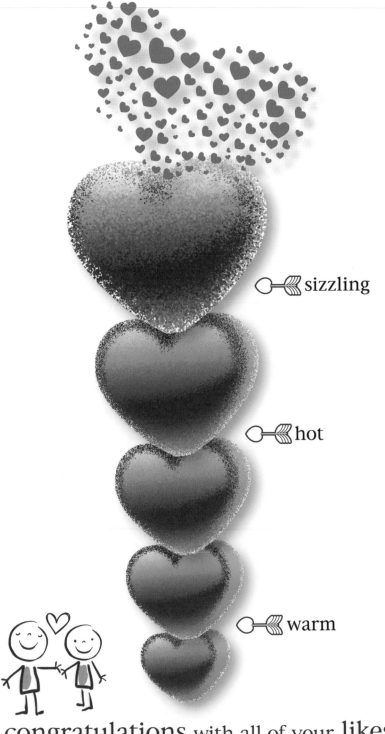

sizzling

hot

warm

congratulations with all of your likes
you have exploded the love-meter!

reminder! order form
(get your updated i like book)

great gifts for everyone and any occasion!

send books to:

_____
name/company

_____
street address

_____
city   state   zip

e-mail _____

contact phone (_____)_____

i like book for couples, please indicate number of copies _____

i like book for kids, please indicate number of copies for:
blue (_____) pink (_____) purple (_____) green (_____)
orange (_____) red (_____)

i like book for women, please indicate number of copies _____

i like you...i really do, please indicate number of copies _____

my friends like me, please indicate number of copies _____

please visit www.theilikebook.com for pricing.

payment method:

_____ check/money order
(please make checks payable to: Lucky Looney LLC)

please send order form with check/money order to:
the i like book
p.o. box 4091
parker, co. 80134

all credit card and paypal orders can be made at www.theilikebook.com

comments_____
_____
contact: the i like book—p.o. box 4091, parker co 80134
tel: (888)737-like   www.theilikebook.com

recommended reading for couples

"the 5 love languages™"
by dr. gary chapman

falling in love is easy. maintaining healthy relation-
ships is a daily, lifelong pursuit. but it doesn't have
to be that hard. once you know your "love language,"
you'll understand why some attempts at romance work
while others fall flat. dr. gary chapman's perennial new
york times best-seller, the 5 love languages™, is full of
"aha!" moments that make expressing love easier and
more desirable. you'll find yourself more motivated
and more confident that you can succeed in having
the relationships you've always wanted. more than five
million copies sold!

"positive personality profiles"
by robert a. rohm, phd

this book gives a basic overview of behavioral styles.
it discusses identifying different traits and behavioral
preferences for each style. this book provides a foun-
dation for understanding the disc approach to human
behavior. it is written to edify people and give clear
understanding on gifts, talents and effectiveness.

Carolyn Benik Photography.com

about us

as authors, entrepreneurs and parents of two active boys, lance & meredith looney have helped strengthen the lives of children, parents and couples through their ground-break-ing daily books, **the i like book** for kids and **the i like book** for couples. after spending many years in corporate america, lance & meredith, set out on a journey to help people create "fantastic relationships" by promoting a back-to-the-basics philosophy of positive attention and moments of meaningful reflection with loved ones. you can visit their website at **www.theilikebook.com**

what people are saying about the i like book

"life is too short to not use this book. we highly recommend it in every relationship. it has made all the difference in ours."

—kelley & chris

"we are so busy with life that our quality time together is limited. now we are able to reconnect and see the things that make our relationship so special."

—shawn & kim

"we were at a tough time in our relationship. we didn't know what to do...so we started using the i like book for couples. we did not realize simple 'likes' could make us so happy again!"

—mike & amy

"it is so easy to use and it is amazing to watch the book filling up with "likes."

—sam

"the i like book for couples has brought the fun back into our relationship."

—brian & jennifer

"the couples book has taken our relationship from good to great. we like it."

—eddie